ബാലസാഹിത്യം
അക്ഷരപ്പാട്ടുകൾ

ബാലസാഹിത്യം

അക്ഷരപ്പാട്ടുകൾ

എം.ആർ.സി. അരിയല്ലൂർ

Little Green

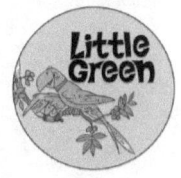

little green
an imprint of green books private limited
gb building, civil lane road, ayyanthole,
thrissur- 680 003, kerala, ph: +91 487-2381066, 2381039
website: www.greenbooksindia.com
e-mail: info@greenbooksindia.com

malayalam
aksharappattukal
children's poem
by
m.r.c. ariyallur

first published september 2019
copyright reserved

cover design : muneeragragami
illustrations : k.r. kumaran

branches:
thrissur 0487-2422515
palakkad 0491-2546162
thiruvananthapuram 0471-2335301
calicut 0495 4854662
kannur 0497-2763038
ernakulam 8589095007

isbn : 978-93-88830-82-9

---

no part of this publication may be reproduced,
or transmitted in any form or by any means,
without prior written permission of the publisher

LGPL/032/2019

പ്രിയ കുഞ്ഞുങ്ങൾക്ക്

കുട്ടികൾക്ക് കവിതകളും കഥകളും ചിത്രങ്ങളും
ഇഷ്ടമാണ്, അവരിൽ താത്പര്യം വളർത്താൻ
അദ്ധ്യാപകരും രക്ഷിതാക്കളും ശ്രദ്ധിക്കേണ്ടതുണ്ട്.
പ്രകൃതിയുമായി അവർ സല്ലപിക്കട്ടെ.
നല്ല പലഹാരങ്ങളും കളിക്കോപ്പുകളും
കൊടുക്കുന്നതോടൊപ്പം അവർക്ക് കവിതകളും
കഥകളും വായിച്ചു രസിക്കാനുള്ള അവസരങ്ങൾ
സൃഷ്ടിക്കണം. മാനസികാരോഗ്യവും
അതിലൂടെ ശാരീരികാരോഗ്യവും അവർക്കുണ്ടാകട്ടെ.

കവിതകൾക്ക് ചിത്രങ്ങൾ വരച്ച
ആർട്ടിസ്റ്റ് ശ്രീ. കെ.ആർ. കുമാരന് നന്ദി.
ഈ കവിതാസമാഹാരം പ്രസിദ്ധീകരിക്കുന്ന
ഗ്രീൻബുക്സിന് സ്നേഹവും നന്ദിയും രേഖപ്പെടുത്തുന്നു

എം.ആർ.സി. അരിയല്ലൂർ

സ്വരങ്ങൾ

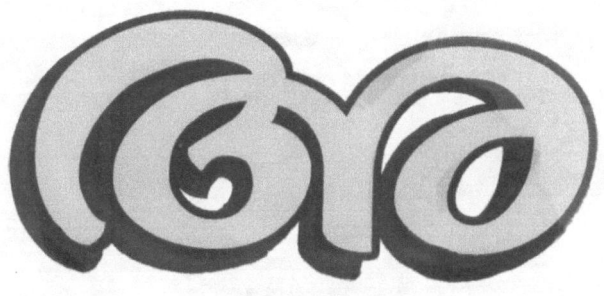

അ

അമ്മയാണെൻ ഗുരു
അമ്മയാണെൻ വഴികാട്ടി
അമ്മിഞ്ഞയെന്നോരമൃതം
അമ്മ തന്നതാണെന്റെ സുകൃതം.

ആ

ആരാരു മുത്തങ്ങൾ നല്കിയാലും
ആരെല്ലാം താരാട്ടു പാടിയാലും
ആരെന്നെപ്പാടിയുറക്കിയാലും
ആവില്ല, അച്ഛനെപ്പോലെയാരും.

ഇല്ലത്തെ വല്യമ്മയെന്നോടു ചൊല്ലി
ഇന്നെന്റെ കൈക്കൊരു താങ്ങാവു കുഞ്ഞേ
ഇന്നെനിക്കെന്തോ, നടക്കാൻ വിഷമം
ഇന്നുനീ കൈ പിടിക്കേണമെൻ കുഞ്ഞേ.

ഈ

ഈശ്വരൻ തന്ന നിധിയാണിവൾ
ഈശ്വരനേകിയ ഭാഗ്യതാരം.
ഈ കുഞ്ഞെനിക്കു സന്തോഷമേകും
ഈ ജന്മം സ്വർഗ്ഗമായ്ത്തന്നെ മാറും.

ഉ

ഉലകം മുഴുവൻ തേടി നടന്നാൽ
ഉലകം മുഴുവൻ കണ്ടുകഴിഞ്ഞാൽ
ഉള്ളതു ചൊല്ലാം അമ്മയെപ്പോലെ
ഉള്ളം തന്നവരാരും കാണാ.

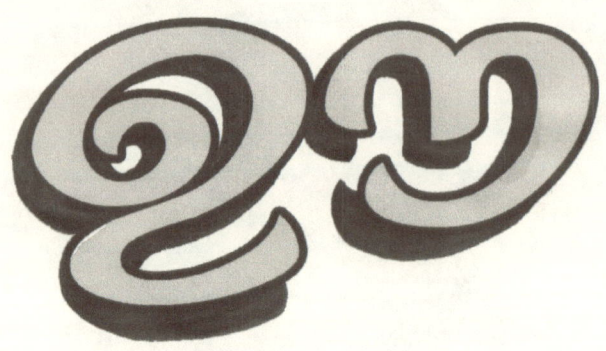

ഊ

ഊഞ്ഞാലാടാം പാടീടാം
ഊഞ്ഞാലാടി കളിയാടാം
ഊഞ്ഞാലാടും നേരത്ത്
ഊണിന്നാരും പോകരുതേ.

ഋഷഭം കുത്തി മറിഞ്ഞോട്ടെ
ഋഷിവാടങ്ങളെരിഞ്ഞോട്ടെ
ഋഷികുമാരന്റെ തപസ്സിളക്കാൻ
വൃഥാ ശ്രമിക്കരുതാരുമാരും.

എന്നും അച്ഛൻ നല്കീടും
എന്നുടെ കവിളിൽ ഒരു മുത്തം
എന്നും ഞാനും നൽകീടും
എൻ വകയായിട്ടൊരു മുത്തം.

ഏ

ഏതൊരമ്മയ്ക്കു പിറന്നവൻ നീ
ഏതൊരു വീട്ടിൽ വളർന്നവൻ നീ
ഏതവനാകട്ടെ നാട്ടിലെല്ലാം
ഏതിലും കേമനായ് തീരണം നീ.

ഐ

ഐകമത്യത്തിൻ മഹാബലത്തെ
ഐക്യത്തിൻ,സോദര മാഹാത്മ്യത്തെ
ഐകകണ്ഠ്യേന നാം വാഴ്ത്തിടുന്നു
ഐക്യം തകർക്കാൻ ശ്രമിക്കരുതേ.

ഒന്നാണു നമ്മളിക്കേരളീയർ
ഒന്നാണു നമ്മളീ ഭാരതീയർ
ഒന്നായി നമ്മളീ ലോകം കാണും
ഒന്നായിമാറുന്ന ലോക പൗരർ.

ഓ

ഓട്ടക്കാരനിലൊന്നാമൻ
ഓടാൻ പറ്റാത്താമയുമായ്
ഓട്ടപ്പന്തയം വെച്ചപ്പോൾ
ഓട്ടം നിർത്തിയുറങ്ങിപ്പോയ്.

ഔ

ഔചിത്യപൂർവ്വം പെരുമാറണം
ഔചിത്യവാക്കേ ചൊല്ലിടാവൂ
ഔചിത്യമോർത്തു പ്രവർത്തിക്ക നമ്മൾ
ഔഷധത്തേക്കാൾ ഗുണം ചെയ്യുമെല്ലാം.

അം

അംബികാക്ഷേത്രത്തിൽ പോയിയെന്നും
അംബികക്കുഞ്ഞു പ്രാർത്ഥിക്കുന്നു
“അംബേ ഭഗവതി, നീയേ തുണ
അംബേ സകലർക്കും തുണയാകണേ.”

വ്യഞ്ജനങ്ങൾ

ഇവർ ഇരുപത്തഞ്ച്

അഞ്ചു വർഗ്ഗങ്ങളുണ്ടെന്റെ
വ്യഞ്ജനാക്ഷരച്ചെപ്പിതിൽ
ക വർഗ്ഗം ക ഖ ഗ ഘ ങ
ച വർഗ്ഗം ച ഛ ജ ഝ ഞ
ട വർഗ്ഗം ട ഠ ഡ ഢ ണ
ത വർഗ്ഗം ത ഥ ദ ധ ന
പ വർഗ്ഗം പ ഫ ബ ഭ മ
അഞ്ചു വർഗ്ഗത്തിലെയംഗങ്ങൾ
ഇരുപത്തഞ്ചു പേരാണവർ.

കറുത്ത കണ്ണനെ പുണരുന്നു നിങ്ങൾ
കറുത്ത വാർമുടി തഴുകുന്നു നിങ്ങൾ
കറുത്തൊരു ഞാവൽ പഴത്തെയാണിഷ്ടം
കറുത്ത കാക്ക ഞാനഭിമാനിക്കട്ടെ.

കാ

കാക്കിപ്പെണ്ണിന്നൊരു മോഹം
കാക്കക്കൂട്ടിൽ കല്ലെറിയാൻ
കാക്കക്കൂട്ടിൽ കല്ലിട്ടാൽ
കാക്കകൾ പാറി കൊത്തീടും
കാക്കകൾ പാറി കൊത്തീടിൽ
കാക്കിപ്പെണ്ണേ നീ ചാവും.

കി

കിട്ടനും കിട്ടുവും അന്നൊരു നാൾ
കിട്ടിയ പണമെല്ലാം ഭാഗം വെച്ചു
കിട്ടൻ പണമെല്ലാം ബാങ്കിലിട്ടു
കിട്ടുവോ പണമെല്ലാം ധൂർത്തടിച്ചു.

കീഴ്ജാതിയെന്നോ, മേൽജാതിയെന്നോ
കീഴാളരെന്നോ മേലാളരെന്നോ
കീഴ്‌വഴക്കങ്ങൾ ഇല്ലാത്ത കാലം
കീശകളെല്ലാം ഒരുപോലെയാകും.

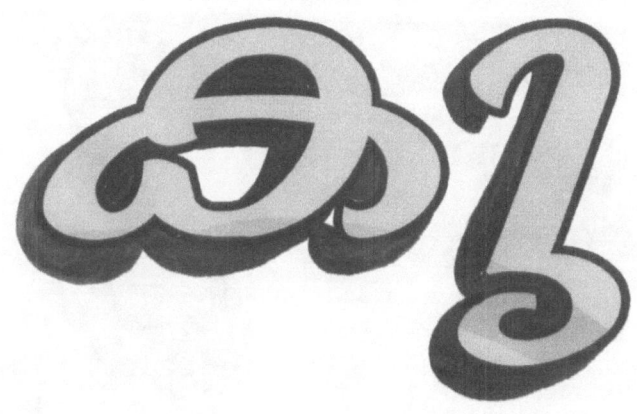

കു

കുംഭത്തിൽ ഒരു മഴ പെയ്താൽ
കുന്നുകളെല്ലാം ചോറാകും
കുന്നുകളെല്ലാം ചോറായാൽ
കുമ്പ നിറയ്ക്കാമെല്ലാർക്കും.

കൂ

കൂട്ടമായ് ചേർന്നിട്ടാടിക്കളിക്കാം
കൂട്ടത്തിൽ കൂടീട്ടൂഞ്ഞാലുമാടാം
കൂട്ടംതെറ്റിക്കളി നല്ലതല്ല
കൂട്ടത്തിൽ കൂടാൻ മടിക്കരുതേ.

കെ

കെട്ടിയ പെണ്ണിനെ തല്ലരുതാരും
കെട്ടുന്നോനെ പഴിക്കരുതാരും
കെട്ടിയ കെട്ടുകൾ പൊട്ടിച്ചെറിയാൻ
കെട്ടായ് നില്ക്കണമൊന്നായ് നമ്മൾ.

കേ

കേട്ടു പഠിക്കൂ മൂത്തവർ വാക്കുകൾ
കേൾക്കുന്നേരം കയ്പാണേലും
കേട്ടു കഴിഞ്ഞാൽ മധുരിക്കും അവ
കേൾക്കണമാരും ക്ഷമയോടെന്നും.

കൈ

കൈത്താങ്ങായിത്തീരണമാർക്കും
കൈതവമൊട്ടും കാണിക്കരുതേ
കൈയാൽ ചെയ്യും ദാനം, ധർമ്മം
കൈകൾ നമ്മുടെ സുകൃതം തന്നെ.

കൊ

കൊണ്ടുപോ നിന്റെ കള്ളത്തരങ്ങൾ
കൊണ്ടുപോ നിന്നഹങ്കാരവാക്കുകൾ
കൊണ്ടുപോ നിന്റെ കോപവും ജാടയും
കൊണ്ടുപോയ്ച്ചുടൂ ഏഷണിവിത്തുകൾ.

കോ

കോഴിക്കോട്ടൊരു തെരുവുണ്ട്
കോഴിക്കോടൻ ഹലുവയ്ക്കായ്
കോഴിക്കോടിന്നഭിമാനം
കോഴിക്കോട്ടെ എസ് എം സ്ട്രീറ്റ്.

കൗ

കൗടലീയം ഒരു ശാസ്ത്ര ഗ്രന്ഥം
കൗടില്യന്റെ ധനതത്ത്വശാസ്ത്രം
കൗടില്യമില്ലാതെ പഠിച്ചു നിങ്ങൾ
കൗശലത്തോടെ ധനികരാകൂ.

ഖ

ഖനിയിൽ നിന്നു സ്വർണ്ണം വാരാം
ഖനിയിൽ നിന്നു കല്ക്കരി കോരാം
അറിവിൻ ഖനിയായ് തീരട്ടേ നീ
ആ ഖനിയിൽ നിന്നമൃതം കോരാം.

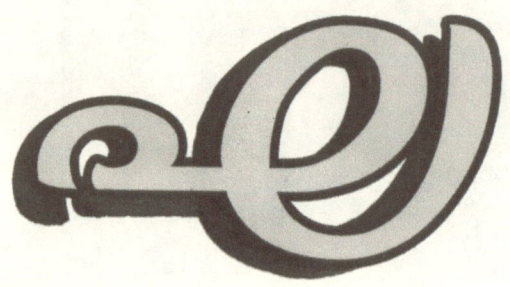

ഘ

ഘടങ്ങളെല്ലാം നിറയാനായ്
ഘനങ്ങൾ നന്നായ് കനിയേണം
ഘടമെന്നാലതു കുടമാണ്
ഘനമെന്നാലതു മഴമേഘം.

ഗംഗാനദിയുടെ തീരത്ത്
ഗംഗാകാമുകനുണ്ടല്ലോ
ഗംഗാനദിയിൽ എപ്പോഴും
ഗംഗാദത്തനുമുണ്ടല്ലോ.

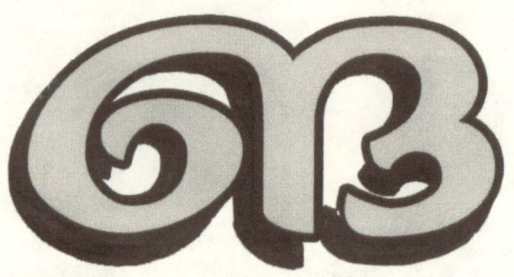

ങ

'ങ' എന്നക്ഷരമുണ്ടായാൽ
ങ്യാവൂ,ങ്യാവൂ എഴുതാലോ
ങ എന്നുള്ളതു വ്യഞ്ജനമാം
ങ ആണല്ലോ അഞ്ചാമൻ.

ച

ചക്കരക്കുട്ടിക്കു സമ്മാനമേകാൻ
ചന്തയിൽ പോണം,വാങ്ങീടണം
ചന്തം തികഞ്ഞ കുപ്പായം വേണം
ചന്തം വരുത്താൻ,ചാന്തും വേണം.

ഛ

അച്ഛന്റെയരികെ നിന്നിടേണം
അച്ഛനെക്കണ്ടു പഠിച്ചീടണം
അച്ഛന്റെ ചൊല്ലുകൾ കേട്ടീടണം
അച്ഛന്റെ ചുംബനം വാങ്ങീടണം.

ജ

ജരയും നരയും വാർദ്ധക്യത്തിൽ
ജനതക്കെല്ലാമുണ്ടാകും
ജനനം,മരണം, എല്ലാവർക്കും
ജനിച്ചുവീണാലുണ്ടാകും.

ഝ

ഝങ്കാരനാദം ഉയർത്തുന്നു വണ്ടുകൾ
ഝംഝലശബ്ദം മുഴങ്ങുന്നെവിടെയും
ഝങ്കാരിണി പരിശുദ്ധയെങ്കിലും
ഝങ്കാരിണിയെ മലിനമാക്കുന്നു നാം.

(ഝംഝലശബ്ദം = മണിനാദമെന്നും ലോഹം കൊണ്ടുള്ള ആയുധങ്ങളുടെ ശബ്ദമെന്നും അർത്ഥം)
(ഝങ്കാരിണി = ഗംഗാനദി; നദി)

ഞ

ഞങ്ങൾ കേരളമണ്ണിൻ മക്കൾ
ഞങ്ങൾക്കെന്നും അഭിമാനം
ഞങ്ങളുയർത്തും അഭിമാനക്കൊടി
ഞങ്ങളുയർത്തും സ്നേഹത്തിൻ കൊടി.

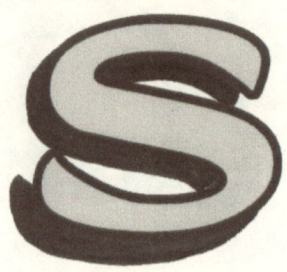

ട

ടയറുകളുണ്ട് കാറിന്ന്
ടയറുകളുണ്ട് ബസ്സിന്നും
ടയറുകളില്ലാതോണിക്ക്
ടയറുകളില്ലാകപ്പലിനും.

പാഠങ്ങളെല്ലാം മനഃപാഠമാക്കാൻ നിത്യമാപാഠം പഠിക്കണം നമ്മൾ ആവർത്തനം കൊണ്ടു മാത്രമേ പാഠം മനഃപാഠമാക്കിത്തീർക്കാൻ കഴിയൂ.

ഡ

ഡപ്പി നിറച്ചും കുങ്കുമമുണ്ട്
കുങ്കുമം തേച്ച് ഡാൻസുകളുണ്ട്
ഡിണ്ടിമകൊട്ടാൻ ചെണ്ടയുമുണ്ട്
ഡിമി ഡിമി ചൊല്ലാൻ തബലകളുണ്ട്.

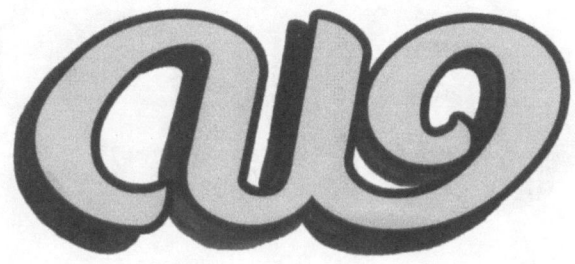

ഢ

മൂഢന്മാരുടെ ലോകത്തിൽ
വിഡ്ഢികളാണേയെല്ലാരും
വിഡ്ഢിത്തങ്ങൾ പറയാത്ത
വിഡ്ഢികളുണ്ടോ ലോകത്തിൽ?

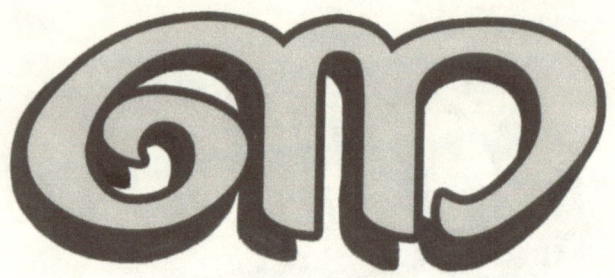

ണ

പണമില്ലാത്തോൻ പിണമാണ്
അണ കുറവുള്ളോൻ 'പിരി'യാണ്
പണമില്ലാത്തോരെല്ലാരും
പണിയെന്തേലും ചെയ്യേണം.

ത

തത്തകളെല്ലാം വന്നാട്ടെ
തത്തിത്തത്തി വന്നാട്ടെ
തത്തിത്തത്തി വന്നിട്ടീ-
തത്തക്കൂട്ടിലിരുന്നാട്ടെ.

മനോരഥമെന്നൊരു രഥമുണ്ട്
ആ രഥമേറിപ്പോയീടാം
ആ രഥമേറിപ്പോയീടിൽ
ഞൊടിയിടയിൽ പോയ് വന്നീടാം.

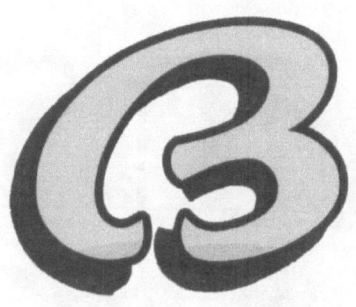

ദ

ദയയുള്ളോനീ ലോകത്തിൽ
ദൈവത്തിന്നു സമനത്രേ
ദാനം ചെയ്യണമെല്ലാരും
ദീനമടുക്കില്ലൊരു നാളും.

ധ

ധനികന്മാരുടെ ലോകത്തിൽ
ധനമില്ലാത്തോൻ പിണമത്രേ
ധനമെന്നുള്ളതു നശ്വരമാം
ധനമാണെന്നതുമോർക്കേണം.

ന

നന്മകൾ വേണം ഹൃദയത്തിൽ
നല്ലതേ നമ്മൾ ചെയ്യാവൂ
നല്ലതു ചെയ്താലെന്നെന്നും
നന്മ വിളയും ഹൃദയത്തിൽ.

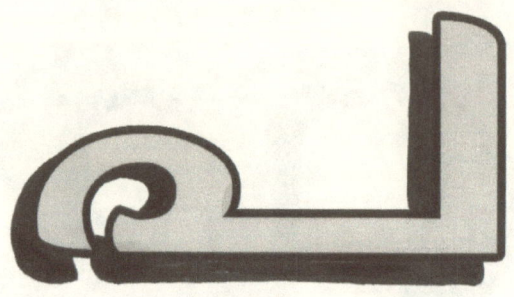

പ

പണിയില്ലാതെയിരിക്കുമ്പോൾ
പലതും തിന്നാൻ തോന്നീടും
പലതും തിന്നുരസിച്ചീടിൽ
പല രോഗങ്ങൾ ബാധിക്കാം.

ഫ

ഫലകത്തിൽ നാമെഴുതീടും
ഫാലത്തിൽ കുറിയിട്ടീടും
ഫലങ്ങൾ നന്നായ് ഭക്ഷിക്കാൻ
ഫലവൃക്ഷങ്ങൾ നട്ടീടും.

ബ

ബകാസുരനന്ന് കൊല്ലാൻ കണ്ണനെ
ബകവേഷത്തിൽ വന്നപ്പോൾ
ബകനെക്കൊന്നു ബകവൈരി
ബലരാമന്റെ സോദരനുണ്ണി.

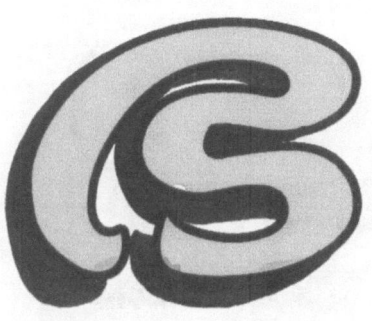

ഭ

ഭരണിയിലുണ്ട് പുളിമാങ്ങ
ഭരണിയിലുണ്ട് കടുമാങ്ങ
ഭരണിയിലുണ്ട് പുളിയിഞ്ചി
ഭരണിയിലുണ്ട് കുഞ്ഞുലഡു.

മ

മങ്കിത്തൊപ്പി തലയിൽ വെയ്ക്കും
മുത്തച്ഛന്മാരെപ്പോഴും
മുല്ലപ്പൂക്കൾ തലയിൽച്ചൂടും
മങ്കമാരിവരെപ്പോഴും.

യ

യവനന്മാരുടെ കൂട്ടത്തിൽ
യുദ്ധം ചെയ്യാൻ പലരെത്തി
യവനന്മാരവർ വീരന്മാർ
യുദ്ധത്തിൽ അവർ ശൂരന്മാർ.

രമണീയമായൊരു കാനനത്തിൽ
രമണനും രമണിയും പോയ നേരം
രമണീയമായൊരാക്കാഴ്ച കാണാൻ
രമണന്റെ ചങ്ങാതി കൂടെക്കൂടി.

ലക്ഷണമൊത്തൊരു ശ്രീരാമദേവൻ
ലക്ഷണമൊത്ത കുമാരന്മാരെ
ലവനെ,കുശനെ ഓർത്തേയില്ല
ലവലേശംപോലും ലാളിച്ചില്ല.

വ

വണ്ടുകൾ മൂളിപ്പാറുന്നു
വാടി നിറച്ചും പൂവുണ്ട്
വാടാമലരും പിച്ചകവും
വണ്ടുകളോടൊരു സല്ലാപം.

ശ

ശാരികപ്പൈതലെന്നരികത്തു വന്നു
ശിവനെ സ്തുതിച്ചവൾ പാടിടുന്നു
ശിവശബ്ദമെങ്ങുമുയർന്നു പൊങ്ങി
ശാരികപ്പൈതൽ പറന്നുപോയി.

ഷണ്മുഖനെന്നൊരു കുട്ടിയുണ്ട്
ഷോട്പുട്ടിലവനൊരു കെങ്കേമൻ
ഷോട്പുട്ടിലിന്നവനൊന്നാമനായ്
ഷണ്മുഖനിപ്പോൾ പ്രിയതാരം.

സസ്യങ്ങൾ പൂത്തുലഞ്ഞാടിടുമ്പോൾ
സത്യത്തിലെല്ലാരുമാനന്ദിക്കും
സസ്യങ്ങളാണീ ജഗത്തിനു ജീവൻ
സസ്യങ്ങളേകുന്നു എല്ലാർക്കും ജീവൻ.

ഹ

ഹാലാസ്യനാഥൻ* ജഗത്തിന്നു വേണ്ടി
ഹാലാഹലം വായിലാക്കിയ നേരം
ഹാ നാഥ! വിഴുങ്ങല്ലയെന്നു ചൊല്ലി
ഹിമവാന്റെ പുത്രി തടഞ്ഞുപോലും.

(*ഹാലാസ്യനാഥൻ-ശിവൻ)

കരിവള, കരിവള, കുപ്പിവള
കൈകളിൽ മിന്നാൻ കുപ്പിവള
കിലുങ്ങിവിളങ്ങും കൈവളകൾ
വള വേണെങ്കിൽ വന്നോളൂ.

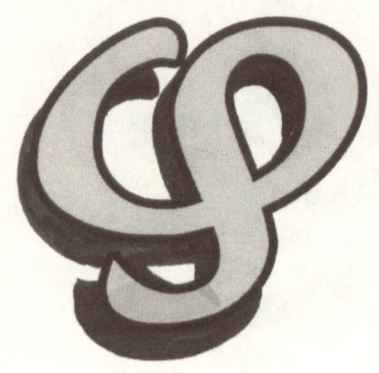

ഴ

മഴ പെയ്യുന്നു കുട വേണ്ട?
മഴയത്തോടാൻ രസമല്ലേ?
മഴയത്തോടി നടന്നാലോ
മഴപോൽ മൂക്കിൽ ജലദോഷം.

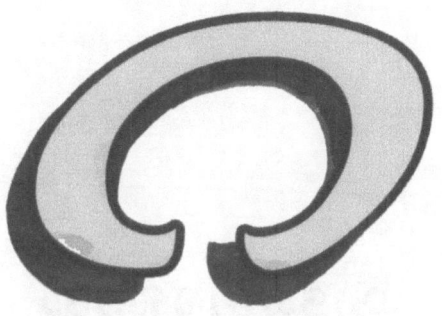

റവ കൊണ്ടുള്ളൊരു പലഹാരം
റവ കൊണ്ടുള്ളൊരു പായസവും
വയറു നിറയെത്തന്നീടാം
പറവകളെല്ലാം വന്നോളൂ.

കൂട്ടക്ഷരങ്ങൾ

ക്യൂ

ക്യൂബയ്ക്കു പോണം ടിക്കറ്റെടുക്കണം
ക്യൂ നിന്നു,നിന്നു മടുത്തു.
റേഷനരി വാങ്ങാൻ ചെന്നാലും ക്യൂ
ഡോക്ടരെക്കാണണമെങ്കിലും ക്യൂ
ക്യൂതന്നെ,ക്യൂതന്നെ കൗണ്ടറിൻ മുന്നിൽ
ടാക്സടക്കാൻ ചെന്നാൽ നീണ്ടൊരു ക്യൂ
ഫോട്ടോസ്റ്റാറ്റ് കോപ്പിയെടുക്കാനും ക്യൂ
ക്യൂതന്നെ, ക്യൂതന്നെ എവിടെയും ക്യൂ
മീൻ വാങ്ങാൻ ചെന്നാലവിടെയും ക്യൂ
പൈപ്പിന്റെ മുന്നിൽ കുടവുമായ് ക്യൂ.

ക്ര

കാറിനും ബസ്സിനും ചക്രങ്ങളുണ്ട്
കാളവണ്ടിക്കും ചക്രങ്ങളുണ്ട്
ലോറിക്കുമുണ്ട് തീവണ്ടിക്കുമുണ്ട്
ചക്രങ്ങളൊന്നുമേ തോണിക്കു വേണ്ട.

ങ

അങ്ങാടിയിൽപ്പോയി മാങ്ങ വാങ്ങി
ചങ്ങാതിമാർ കൂടി മാങ്ങ തിന്നു
ചങ്ങാതിമാരെല്ലാം മാങ്ങയണ്ടി
അങ്ങിങ്ങായി കുഴിച്ചു മൂടി
അണ്ടികളെല്ലാം മുളച്ചു വന്നു
മാവുകളായവർ മാങ്ങ തന്നു.

യുദ്ധകാഹളം മുഴക്കുന്നു ചിലർ
വിശുദ്ധകാഹളം മുഴങ്ങിടുമ്പൊഴും
യുദ്ധക്കൊതിയന്മാർ, വിശുദ്ധരല്ലവർ
ശുദ്ധകാപട്യമൊളിച്ചു വെച്ചവർ
യുദ്ധം ചെയ്യുന്നോർ, വിശുദ്ധഭൂമിയെ
അശുദ്ധമാക്കുന്ന ദ്രോഹികളവർ.

ന്ദ ന്ത

വന്ദനമെന്നു ഞാൻ പറഞ്ഞു
വന്തനമെന്നെഴുതി കുട്ടി.
വന്തനമെന്നതു തെറ്റാണു കുട്ടീ
വന്ദനമെന്നൊന്നെഴുതൂ.
ചന്ദനമെന്നു ഞാൻ പറഞ്ഞു
അവൾ, ചന്തനമെന്നങ്ങെഴുതി.
ചന്ദനമാണെന്റെ കുഞ്ഞേ
ചന്തനം തെറ്റാണു കുട്ടീ
വന്ദനം, ചന്ദനം എന്നിവയെല്ലാം
തെറ്റാതെഴുതുന്നുണ്ടിപ്പോൾ.

ത്ര

എത്രയെത്ര ധനം കിട്ടിയാലും
അത്ര പോരെന്ന ചിന്തയാണേവർക്കും
എത്ര ഭൂമിക്കവകാശിയാണ് നാം
ആറടി മാത്രമെന്നുണ്ടൊരുത്തരം
അത്രപോലും ചിന്തിച്ചിടാതെ നാം
പാത്രമായ്ത്തീരും സ്വാർത്ഥതയ്ക്കെപ്പോഴും.

വാസ്ക്കോഡഗാമ കപ്പലിൽ വന്നു
അന്നെല്ലാം പായ്ക്കപ്പലായിരുന്നു
കാപ്പാടു വന്നൂ തീരത്തണഞ്ഞു
കാപ്പാട് പിൽപ്പാടു പ്രസിദ്ധമായി
കപ്പൽമുളകും കപ്പലിൽ വന്നു
കപ്പലണ്ടിയവർ കൊണ്ടുവന്നു
കാപ്പാടു ടൂറിസ്റ്റു കേന്ദ്രമായി
കപ്പലണ്ടി നാട്ടാർക്കിഷ്ടമായി.

യ്യ

"വയ്യ" എന്നുള്ളൊരു വാക്കു ചൊല്ലാൻ
വയ്യാത്ത കാലമാണിപ്പോൾ
അതു നീ ചെയ്യൊല്ല എന്നു ചൊല്ലാൻ
അയ്യയ്യോ പറ്റാത്ത കാലം
അയ്യായിരം പറ നെല്ലു തീർക്കാൻ
അയ്യായിരമെലിയുള്ള കാലം
പച്ചപ്പയ്യെന്നൊരു ഭാവം പക്ഷേ
കള്ളത്തരമേയുള്ളുള്ളിൽ
പയ്യെപ്പയ്യെ നല്ല കാലം
വന്നിടാൻ പ്രാർത്ഥിക്കാം നമ്മൾ.

വ

വവ്വാൽ കടിച്ച പഴങ്ങൾ
ചൊവ്വല്ല തിന്നുന്നതാരും
ഇവ്വിധം വാർത്തകളെല്ലാം
ഇന്നു നാട്ടിൽ പരക്കുന്നുണ്ടമ്മേ
വവ്വാൽ കടിച്ച പഴത്തിൽ
വവ്വാലിൻ വായയിൽ നിന്നും
മാരകമായൊരാ നിപ്പയെന്ന-
രോഗം പരത്തിടും വൈറസ് കേറും
അവ്വിധമാണേൽ ഇന്നു മുതൽ
വവ്വാൽ കടിച്ച പഴങ്ങളൊന്നും
തിന്നാതെ നോക്കിടാം നമ്മൾ-
നിപ്പ നമ്മളെത്തിന്നാതെ നോക്കാം.

ഒരു വെള്ളക്കുട്ടയിൽ വെള്ളരിയായ്
വെള്ളനുണ്ടല്ലോ വരുന്നു.
'വെള്ളരി വേണോ? കണിവെള്ളരി വേണോ
കണി കാണാൻ വെള്ളരി വേണോ?"
വെള്ളപ്പൊക്കമായ് വെള്ളരിക്കണ്ടങ്ങൾ
വെള്ളം നിറഞ്ഞു നശിച്ചു
വെള്ളന്റെ കുട്ടയിൽ വെള്ളരി കണ്ടു
ആളുകൾ തള്ളിക്കയറി
വെള്ളരി ആളുകൾ വാങ്ങിയപ്പോൾ
വെള്ളന്റെ കുട്ട കാലിയായി.
വെള്ളന്റെ കീശ നിറഞ്ഞുപൊങ്ങീ
വെള്ളന്റെയുള്ളും നിറഞ്ഞു പൊങ്ങി.

ത്ന

നവരത്നക്കല്ലുകൾ വാങ്ങാൻ
രത്നക്കടയിൽ ഞാൻ പോയി
നവരത്നമെന്നുള്ള പേരിൽ
രത്നമല്ലല്ലോ തന്നതൊന്നും
വ്യാജരത്നക്കല്ലു വിറ്റാൽ
കിട്ടും കള്ളപ്പണക്കൂമ്പാരം
മർത്ത്യന്റെ മോഹവുമിപ്പോൾ
വ്യാജരത്നക്കല്ലുപോലെ.

ത്സ

ഉത്സാഹമുണ്ടോ? വിജയിക്കുമെന്നും
ഉത്സാഹി നേടുന്നു കാര്യങ്ങളെല്ലാം
ഉത്സാഹമില്ലാത്തോനൊന്നുകൊണ്ടും
ഉണ്ടാകയില്ലല്ലോ, നേട്ടങ്ങളൊന്നും
ഉത്സാഹിക്കെന്നുമീ ജീവിതം തന്നെ
ഉത്സവമായിടും സംശയം വേണ്ട.

കാക്കൂക്കൂ പ്പൊപ്പാച്ച്

കാക്കച്ചിപ്പെണ്ണിനു കല്യാണമാണ്
കാക്കകെളെല്ലാം സഭയൊന്നു കൂടി
കാക്കപ്പൊന്നിനു വില കൂടിയത്രേ
കാക്കയെപ്പൂപ്പന്റെ ജ്വല്ലറീൽ പോണം
കാക്കപ്പൊന്നൊരു കിലോ വാങ്ങിടേണം.
കാക്കപ്പൊന്നൊഡ്യാണമൊന്നു വേണം
കാക്കപ്പെണ്ണിനു കാൽത്തള വേണം
കാക്കച്ചിപ്പെണ്ണിനു ചെയിനും വേണം
കാക്കച്ചിക്കുട്ടിക്കു മൂക്കുത്തി വേണം
കാക്കക്കൂടാകെ സ്വർണ്ണം പൂശേണം.
കാക്കക്കൂടിന്നൊരു പൊൻവാതിൽ വേണം
കാക്കച്ചെക്കനു മോതിരം വേണം
കാക്കക്കുയിലിന്റെ പാട്ടു വേണം
കാക്കച്ചെക്കന് സ്മാർട്ടു ഫോൺ വേണം.

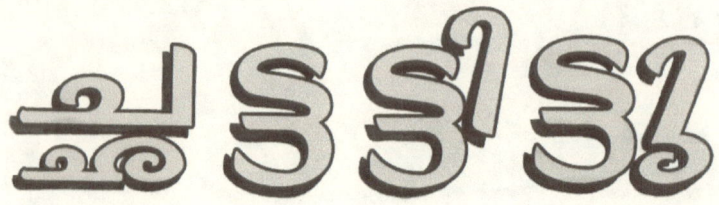

ച്ഛ ട്ട ട്ടി ട്ടു

അച്ഛന്റെ കൂടെ കിടന്നിടേണം
അച്ഛന്റെ താരാട്ടു കേട്ടിടേണം
അച്ഛനേകും മുത്തം വാങ്ങിടേണം
അച്ഛന്റെ ചൊൽ കേട്ടു നന്നാവണം
മുത്തച്ഛൻ കൈവെച്ചനുഗ്രഹിക്കും
മുത്തച്ഛൻ കവിതയും ചൊല്ലിത്തരും.
അച്ഛനും മുത്തച്ഛനെന്നുമെന്നും
ഇച്ഛപോൽ മിഠായി വാങ്ങിത്തരും.

ഉണ്ണൂ കണ്ണ

വെണ്ണുങ്ങൾ വെണ്ണ കടഞ്ഞെടുക്കും
കണ്ണനരികത്തു ചെന്നുനിൽക്കും
പെണ്ണുങ്ങൾ വെണ്ണ ഉറിയിൽ വെയ്ക്കും
കണ്ണനാവെണ്ണ കട്ടു തിന്നും
കണ്ണാ,നീയിങ്ങനെ ചെയ്തിടൊല്ലേ
വെണ്ണയെടുത്തു വിഴുങ്ങീടൊല്ലേ
കണ്ണന്റെ കണ്ണുകൾ രണ്ടുമപ്പോൾ
കണ്ണുനീർ പൂക്കളമായി മാറും
കണ്ണാ കരയൊല്ലേയെന്നു ചൊല്ലി
പെണ്ണുങ്ങളെല്ലാം വെണ്ണ നൽകും
വെണ്ണ വിഴുങ്ങിയാലുണ്ണിക്കണ്ണൻ
തൊണ്ണുകൾ കാട്ടി ചിരിച്ചു മണ്ടും.

തത തത്തി തേത്ത

തത്തേ,തത്തേ കൂടെവിടെ
അത്തിമരത്തിൻ കൊമ്പത്തോ
അത്തിമരത്തേലല്ലെങ്കിൽ
പൊത്തുകളാണോ നിൻ വീട്?
തത്തേ,തത്തേ കുഞ്ഞെവിടെ
പൊത്തിന്നുള്ളിലിരിപ്പാണോ?
തത്തപ്പൊത്തിൽ നോക്കീടാൻ
പൊത്തിപ്പൊത്തി കയറണ്ടേ.
പൊത്തിപ്പൊത്തി കയറീടാൻ
ഇത്തിരി പണിയാണെന്നാലും
ഇത്തിരിയൊന്നു ശ്രമിക്കട്ടെ
തത്തക്കുഞ്ഞിനെ കാണാലോ.

നന്ദി

മിന്നാമിന്നികൾ മിന്നുന്ന കണ്ടു
വാനരക്കുട്ടനു സംശയമായി.
മിന്നുന്നതെല്ലാം പൊന്നല്ല, പക്ഷേ
മിന്നുന്നതെല്ലാം കത്തുന്നതാണോ?
സംശയം തീർക്കാൻ വാനരക്കുട്ടൻ
താഴെയിറങ്ങീട്ടൂതിനോക്കി.
കത്തുന്നേയില്ലല്ലോ സംശയം തീർന്നു.
സംശയം തീർക്കണമെപ്പൊഴും നാം.

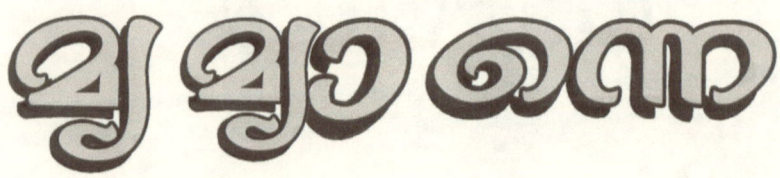

മ്യ മ്യാ മ്നെ

മ്യാ എന്നെഴുതാൻ രമ്യ, ശ്രമിക്കെ
മ്യാവൂ,മ്യാവൂ പൂച്ച കരഞ്ഞു
സൗമ്യച്ചേച്ചി കണ്ടു ചിരിച്ചു
മ്യായെന്നെഴുതിക്കാണിച്ചു.
മ്യാ എന്നെഴുതി രമ്യക്കുട്ടി
മ്യാവൂ ചൊല്ലി രമ്യക്കുട്ടി.

മച്ച

അമ്മിഞ്ഞപ്പാലൊപ്പം ഞാൻ നേടിയ
അതിരില്ലാസ്നേഹമാണെന്റെയമ്മ
എന്നമ്മ താരാട്ടു പാടിടുമ്പോൾ
അച്ഛനോ താളം പിടിച്ചു തരും
അമ്മയുമച്ഛനുമെന്നുമേകും
അസ്സലായ് ചുംബനം നൂറു വട്ടം.

ല്ല്യമ്മറ്റ

ഇല്ലത്തെ വല്യമ്മ കാറ്റുകൊള്ളാൻ
ഇല്ലത്തെ മുറ്റത്തുലാത്തിടുമ്പോൾ
ഇല്ലില്ലം കാട്ടിലെ മാരുതൻ കുഞ്ഞ്
വല്യമ്മയോടൊരു കിന്നാരം ചൊല്ലി.
'വല്യമ്മേ, വല്യമ്മേ' ഞാനും വരാം
ഇല്ലത്തേക്കിന്നു ഞാനും വരാം
വല്യമ്മയെ, തൊട്ടുതലോടിടാനും
വല്യമ്മയെ നിന്നു വീശിടാനും.

ക്ഷമ വ്യര്യ

ക്ഷമയാണിക്ഷിതിയിലെ ദിവ്യായുധം
ക്ഷമയുള്ളോനാണല്ലോ ധൈര്യശാലി
ക്ഷമ നമുക്കേകുന്നു സഹനശക്തി
ക്ഷമയുള്ളോർ നേർവഴി തേടുമെന്നും
ക്ഷമയോടെ കാര്യങ്ങൾ ചെയ്തു നോക്കൂ
ക്ഷമയുള്ളോർ വിജയികളായി മാറും.

ന്റ് ണ്ട്
ത്ര്യ
ത്ത ഞ്ഞൂ

തത്തക്കൂടൊന്നുണ്ട് എന്റെ വീട്ടിൽ
കൂട്ടിനുള്ളിലൊരു തത്തയുണ്ട്
കണ്ണന്റെ വീട്ടിലും തത്തയുണ്ട്
തെങ്ങിന്റെ പൊത്തിലും തത്തയുണ്ട്
തത്തക്കുഞ്ഞൊന്നിന്റെ പാട്ടു കേട്ടു
തത്തമ്മ പാറിക്കളിക്കുന്ന കണ്ടൂ

നെല്ക്കതിർ കൊത്തിപ്പറക്കുന്ന കണ്ടൂ
സ്വാതന്ത്ര്യത്തിന്റെ വില ഞാനറിഞ്ഞു
സ്വാതന്ത്ര്യത്തിന്റെ രുചിയറിഞ്ഞു
സ്വാതന്ത്ര്യമമൃതമാണെന്നറിഞ്ഞൂ.
കണ്ണനും ഞാനുമാ തത്തയെ രണ്ടും
പാറിപ്പറക്കാൻ തുറന്നുവിട്ടു.

എം.ആർ.സി. അരിയല്ലൂർ

യഥാർത്ഥ നാമം രാമചന്ദ്രൻ മേനാത്ത്. എം.ആർ.സി. അരിയല്ലൂർ എന്ന തൂലികാനാമത്തിൽ എഴുതുന്നു. മലപ്പുറം ജില്ലയിലെ അരിയല്ലൂരംശത്തിൽ 1942 സെപ്തംബർ 15ന് ജനനം. 1962 മുതൽ 1998 വരെ മലയാള അദ്ധ്യാപകനായി സേവനമനുഷ്ഠിച്ച് വിരമിച്ചു.

www.ingramcontent.com/pod-product-compliance
Lightning Source LLC
LaVergne TN
LVHW041538070526
838199LV00046B/1719
9789388830829